When Trees Walked
Miti Ilipokuwa Yatembea

First Barranca Press Edition: 15 October 2016
HC ISBN: 978-1-939604-125
PB ISBN: 978-1-939604-132

Library of Congress Control Number: 2016933618

Subject Areas: Africa, Tanzania;
Animals, Environment & Ecology, Nature;
Myths; Swahili language.

Manufactured in the USA and the UK.
For distribution in the USA and the UK.

For Masuma & Nadir
Kwa Masuma & Nadir

When Trees Walked
Miti Ilipokuwa Yatembea

Nishant Tharani

illustrations • michoro
Nadir Tharani

translation • imetafsiriwa
Demere Kitunga

A long time ago,
before people appeared on the earth,
trees shared the land with animals.

Hapo zamani za kale,
kabla watu hawakuwepo duniani,
miti na wanyama walitumia ardhi kwa pamoja.

During those times that no one can remember now,
trees could walk.
They roamed the plains and climbed mountains
and played games in the valleys.
Some of them liked to stand on the beach,
watching the waves come in.

Katika zama hizo ambazo hatuzikumbuki tena,
miti ilikuwa inatembea.
Ilirandaranda maeneo ya tambarare na kupanda milima.
Ilicheza mabondeni; na baadhi, ilipenda kukaa ufukweni,
ikiangalia mawimbi yakirudi.

As they could move,
they did not need long branches to search for sunlight.
When clouds covered the sky for weeks on end,
the trees would walk to find sunshine.
When it was cold,
they moved to lands where the sun was bright
so the little trees could run around.

Kwa kuwa ilikuwa inatembea,
haikuhitaji matawi marefu kuufikia mwanga wa jua.
Mawingu yalipofunga angani kwa wiki kadhaa,
miti ilihamia kwenye maeneo maangavu.
Baridi ilipozidi,
ilihamia kule jua lilipokuwa linawaka
ili miti michanga iweze kukimbia kimbia.

At noon, when the air was hot,
young trees would dip their branches
into streams or even swim in rivers.
The younger ones would often be asked
to fan the elders with their leafy heads.

Adhuhuri, jua la utosini lilipoifanya hewa kuwa na joto,
Miti michanga ililowesha matawi yake ndani ya vijito,
au hata kuogelea mitoni.
Mara kadhaa miti michanga ilitumwa kazi ya kuipepea
ile mikongwe kwa majani ya vichwa vyao.

They lived in harmony with the animals.
During sunny afternoons,
the animals would seek shade under the sleeping trees.
The animals would pluck oranges, bananas, plums,
and pomegranates from their branches.
Of course all the animals loved mangoes the most.

Iliishi kwa maelewano na wanyama.
Mchana nyakati za jua kali,
wanyama walijisitiri vivulini mwa miti iliyosinzia.
Wanyama walichuma machumgwa, ndizi, matundadamu
na makomamanga kutoka kwenye matawi ya miti.
Bila shaka, wanyama waliyapenda zaidi maembe.

Some animals became such close friends of the trees
that they would seek shelter under the branches when it rained.
After having their lunch,
some animals would climb the nearest tree
and lie down on the shaded branches.
The land was so vast
that they never got in each other's way.
Life was peaceful.

Baadhi ya wanyama walikuwa marafiki wakubwa wa miti,
wakawa wakijisitiri chini ya matawi mvua iliponyesha.
Baada ya chakula cha mchana,
Baadhi yao walipanda miti iliyokuwa karibu
na kujilaza kwenye vivuli vya matawi yao.
Ardhi ilikuwa kubwa kiasi kwamba,
hakuna aliyekosa nafasi.
Maisha yalikuwa ya amani.

When people appeared on this earth,
they hunted animals.
Then trees would shelter the animals behind their trunks.
People soon learnt to plant seeds and farm the land.
They grew rice and maize and wheat.
At first there was enough land for all.
The trees avoided the farms
and the people let them roam.

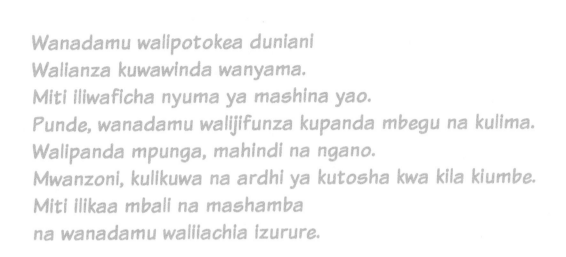

Wanadamu walipotokea duniani
Walianza kuwawinda wanyama.
Miti iliwaficha nyuma ya mashina yao.
Punde, wanadamu walijifunza kupanda mbegu na kulima.
Walipanda mpunga, mahindi na ngano.
Mwanzoni, kulikuwa na ardhi ya kutosha kwa kila kiumbe.
Miti ilikaa mbali na mashamba
na wanadamu waliiachia izurure.

As time went by, there were more and more kinds of people
and their farms spread.
They built houses, and then villages and towns.
Paths appeared in the forest
and then roads were laid.
The trees found that they
could not roam everywhere.

Baada ya muda, kukawa na watu
aina kwa aina na mashamba
yao yaliongezeka.
Walijenga nyumba, zikawa vijiji
na kisha ikazuka miji.
Njia zilianza kupita msituni
na barabara zikajengwa.
Miti ikajikuta ikishindwa kurandaranda
kama ilivyokuwa imezoea.

The young ones sometimes walked all over the maize fields.
When they played,
they damaged the roof and walls of the houses.
The people became angry and attacked the trees.
Some set trees on fire.
Others sliced the trunks with axes.
The trees were unhappy.

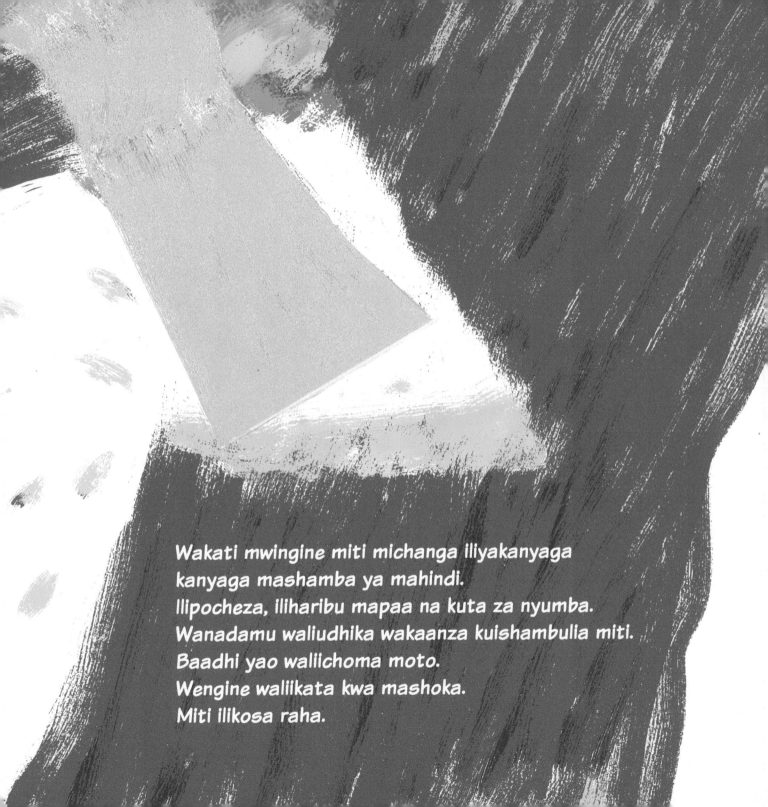

Wakati mwingine miti michanga iliyakanyaga
kanyaga mashamba ya mahindi.
Ilipocheza, iliharibu mapaa na kuta za nyumba.
Wanadamu waliudhika wakaanza kuishambulia miti.
Baadhi yao waliichoma moto.
Wengine waliikata kwa mashoka.
Miti ilikosa raha.

The trees moved away from the villages to avoid being hurt.
But they felt they were losing their freedom.
Everyone was tense and sadness hung over the land.

Miti ilihamia mbali na vijiji ili isidhurike.
Lakini ilijisikia inapoteza uhuru wao.
Viumbe wote walinywea na dunia ikajaa huzuni.

Finally a meeting was held
between the trees and the people
to agree on how to share the land.

Hatimaye, ulifanyika mkutano
kati ya miti na watu
ili kukubaliana jinsi ya kuitumia
ardhi kwa pamoja.

An old wise tree suggested
that if the trees stayed in one place,
people should leave them alone
as their crops and their towns
would be safe.
After much discussion,
the offer of the wise tree
was agreed by all.
The people stopped
attacking the trees,
and the trees sent their roots
deep into the earth
and their branches
spread to seek out the sun.

Mti mmoja mkongwe
wenye busara ulipendekeza
kuwa iwapo miti
itakaa upande wake,
basi watu waache kuichokoza
kwa sababu mazao
na miji yao ingebaki salama.
Baada ya majadiliano marefu
mapendekezo ya mti wenye
busara yalikubalika kwa wote.
Watu waliacha kuivamia miti,
na miti ikaipenyeza mizizi yake ardhini
na kuyatandaza matawi
yake angani kulijongelea jua.

Those who liked watching the waves
went to live by the oceans.
Some even went to live in the water.

Ile iliyopendelea kuyatazama mawimbi
ilikwenda kuishi kwenye fukwe.
Mingine ilidiriki kuishi majini.

Those who liked the cool air of the mountains
went to the slopes of the mountains.
Many decided to live with people
and they continued to share their fruits with young children.
Others formed forests where they felt safe,
where humans did not build houses or roads.

Ile iliyopendelea ubaridi wa milimani
ilikwenda kwenye miteremko ya milima.
Mingi iliamua kuishi na watu
na iliendelea kuwagawia watoto matunda yake.
Mingine ilitengeneza misitu, mahali ilipojisikia kuwa salama.
Mahali ambapo watu hawakujenga nyumba wala barabara.

To this day, trees do not walk.
If people, however, continue to cut them down,
perhaps they will begin to roam the earth again.

Hadi sasa, miti haitembei.
Ila, endapo watu wataendelea kuikata,
pengine itaaza tena kurandaranda.

CPSIA information can be obtained
at www.ICGtesting.com
Printed in the USA
LVHW070908300619
622770LV00031B/1931/P